How to Be the Best You Can Be in Kindergarten

ਤੁਸੀ ਕਿੰਡਰਗਾਰਟਨ ਵਿੱਚ ਆਪਣੇ ਆਪ ਵਿੱਚ ਸਭ ਤੋਂ ਉੱਤਮ ਕਿਵੇਂ ਬਣ ਸਕਦੇ ਹੋ

ਮੇਗ ਅਨਗਰ ਵੱਲੋਂ ਲਿਖਿਤ Meg Unger
ਕ੍ਰਿਸਟੀਨ ਵਾਇਲੀ ਵੱਲੋਂ ਚਿਤਰਿਤ Christine Wylie

ਛੋਟੇ ਹੱਥ
ਅਤੇ ਵੱਡਾ ਦਿਲ

LITTLE HANDS AND BIG HEARTS

ਛੋਟੇ ਹੱਥ

ਅਤੇ ਵੱਡਾ ਦਲਿ

ISBN 978-1-7390564-2-1

ਟੈਕਸਟ ਕਾਪੀਰਾਈਟ ਮੇਗ ਅਨਗਰ 2023
ਚੱਤਿਰਕਾਰ ਕਾਪੀਰਾਈਟ ਕ੍ਰਸਿਟੀਨ ਵਾਈਲੀ 2023

ਕੈਨੇਡਾ ਵਿੱਚ ਛਪਿਆ

ਇਹ ਕਿਤਾਬ ਤੁਹਾਨੂੰ ਕਿੰਡਰਗਾਰਟਨ ਬਾਰੇ ਬਹੁਤ ਸਾਰੀਆਂ ਮਹੱਤਵਪੂਰਨ ਗੱਲਾਂ ਸਿੱਖਣ ਵਿੱਚ ਮਦਦ ਕਰੇਗੀ। ਸਿੱਖਣ ਲਈ ਬਹੁਤ ਕੁਝ ਹੈ, ਇਸ ਲਈ ਆਓ ਸ਼ੁਰੂ ਕਰੀਏ।

ਕਾਰਪੇਟ ਤੇ ਸੁਰੱਖਿਅਤ ਢੰਗ ਨਾਲ ਬੈਠੋ ਅਤੇ ਗੱਲ ਕਰਨ ਲਈ ਆਪਣਾ ਹੱਥ ਉੱਪਰ ਚੱਕੋ

ਜਦੋਂ ਤੁਹਾਡਾ ਅਧਿਆਪਕ ਕਲਾਸ ਨੂੰ ਕੁਝ ਦੱਸ ਰਿਹਾ ਹੁੰਦਾ ਹੈ ਅਤੇ ਤੁਸੀਂ ਗੱਲ ਕਰਨਾ ਚਾਹੁੰਦੇ ਹੋ, ਤਾਂ ਤੁਹਾਨੂੰ ਆਪਣਾ ਹੱਥ ਉੱਪਰ ਚੱਕ ਕੇ ਇੰਤਜ਼ਾਰ ਕਰਨ ਦੀ ਲੋੜ ਹੁੰਦੀ ਹੈ। ਇਹ ਇੱਕ ਸੰਕੇਤ ਹੈ ਕਿ ਤੁਸੀਂ ਕੁਝ ਬੋਲਣਾ ਚਾਹੁੰਦੇ ਹੋ। ਕਾਰਪੇਟ ਤੇ ਸੁਰੱਖਿਅਤ ਢੰਗ ਨਾਲ ਬੈਠਣ ਦੀ ਕੋਸ਼ਿਸ਼ ਕਰੋ ਅਤੇ ਆਪਣੇ ਹੱਥਾਂ ਨੂੰ ਆਪਣੇ ਤੱਕ ਰੱਖੋ।

ਨਿਰਦੇਸ਼ਾਂ ਦੀ ਪਾਲਣਾ ਕਰੋ

ਤੁਹਾਡੇ ਅਧਿਆਪਕ ਜਿਮ ਜਾਣ ਵਰਗੀਆਂ ਬਹੁਤ ਸਾਰੀਆਂ ਮਜ਼ੇਦਾਰ ਚੀਜ਼ਾਂ ਕਰਨਾ ਚਾਹੁਣਗੇ। ਇਹ ਇੱਕ ਬਹੁਤ ਵੱਡਾ ਕਮਰਾ ਹੈ ਜਿਸ ਵਿੱਚ ਤੁਸੀਂ ਆਲੇ-ਦੁਆਲੇ ਦੌੜ ਸਕਦੇ ਹੋ ਅਤੇ ਵੱਖ-ਵੱਖ ਗੇਮਾਂ ਖੇਡ ਸਕਦੇ ਹੋ। ਜਦੋਂ ਅਧਿਆਪਕ ਤੁਹਾਨੂੰ ਰੁਕਣ ਲਈ ਕਹਿੰਦਾ ਹੈ, ਤਾਂ ਤੁਰੰਤ ਰੁਕਣ ਦੀ ਕੋਸ਼ਿਸ਼ ਕਰੋ।

ਸਾਂਝਾ ਕਰੋ

ਕਦੇ-ਕਦਾਈਂ ਸਾਂਝਾ ਕਰਨਾ ਔਖਾ ਹੋ ਸਕਦਾ ਹੈ। ਇੱਕ ਟਾਵਰ ਬਣਾਉਣ ਲਈ ਤੁਹਾਡੇ ਕੋਲ ਕੋਈ ਵੱਖਰਾ ਵਿਚਾਰ ਹੋ ਸਕਦਾ ਹੈ ਜਾਂ ਤੁਸੀਂ ਉਹ ਖਿਡੌਣਾ ਚਾਹੁੰਦੇ ਹੋ ਜਿਸ ਨਾਲ ਕੋਈ ਹੋਰ ਖੇਡ ਰਿਹਾ ਹੋਵੇ। ਤੁਸੀਂ ਮੋੜ ਲੈ ਸਕਦੇ ਹੋ ਜਾਂ ਟਾਈਮਰ ਵਰਤ ਸਕਦੇ ਹੋ। ਸਮੱਸਿਆਵਾਂ ਨੂੰ ਹੱਲ ਕਰਨ ਦੇ ਹੋਰ ਤਰੀਕਿਆਂ ਬਾਰੇ ਆਪਣੇ ਅਧਿਆਪਕ ਨਾਲ ਗੱਲ ਕਰੋ।

ਇਸ ਨੂੰ ਜਪਿ ਕਰਨ ਦੀ ਕੋਸਸਿ. ਕਰੋ

ਜ਼ਿਆਦਾਤਰ ਜ਼ਿੱਪਰ ਵਰਤਣ ਵਿੱਚ ਆਸਾਨ ਹੁੰਦੇ ਹਨ, ਇਸ ਲਈ ਉਨ੍ਹਾਂ ਨੂੰ ਜ਼ਿਪ ਕਰਨ ਦੀ ਕੋਸ਼ਿਸ਼ ਕਰੋ। ਜੇ ਤੁਸੀਂ ਇੱਕ ਜ਼ਿੱਪਰ ਮਾਹਰ ਹੋ, ਤਾਂ ਤੁਸੀਂ ਕਿਸੇ ਦੋਸਤ ਦੀ ਮਦਦ ਕਰ ਸਕਦੇ ਹੋ। ਜੇ ਤੁਸੀਂ ਬਾਹਰ ਹੋ ਅਤੇ ਤੁਹਾਨੂੰ ਬਹੁਤ ਜ਼ਿਆਦਾ ਗਰਮੀ ਲੱਗ ਰਹੀ ਹੈ, ਤਾਂ ਆਪਣੇ ਕੋਟ ਨੂੰ ਹੇਠਾਂ ਨਾ ਸੁੱਟੋ। ਇਸਨੂੰ ਕਿਸੇ ਸੁਰੱਖਿਅਤ ਥਾਂ ਤੇ ਰੱਖੋ ਤਾਂ ਜੋ ਤੁਸੀਂ ਅੰਦਰ ਵਾਪਸ ਆਉਣ ਤੇ ਇਸ ਨੂੰ ਲੱਭ ਸਕੋ।

ਅੰਦਰ ਵਾਪਸ ਆਉਣ ਲਈ ਇੱਕ ਕਤਾਰ ਬਣਾਓ

ਜਦੋਂ ਤੁਸੀਂ ਆਪਣੇ ਅਧਿਆਪਕ ਤੋਂ ਬਿਨਾਂ ਬਾਹਰ ਜਾਂਦੇ ਹੋ, ਤਾਂ ਸੁਪਰਵਾਈਜ਼ਰ ਤੁਹਾਨੂੰ ਸੁਰੱਖਿਅਤ ਰੱਖਣ ਲਈ ਤੁਹਾਡੇ ਤੇ ਨਜ਼ਰ ਰੱਖਣਗੇ। ਜੇ ਤੁਹਾਨੂੰ ਸੱਟ ਲੱਗ ਗਈ ਹੈ ਜਾਂ ਤੁਹਾਨੂੰ ਮਦਦ ਦੀ ਲੋੜ ਹੈ ਤਾਂ ਉਨ੍ਹਾਂ ਨੂੰ ਦੱਸੋ। ਜਦੋਂ ਘੰਟੀ ਵੱਜਦੀ ਹੈ, ਤਾਂ ਵਾਪਸ ਅੰਦਰ ਆਉਣ ਲਈ ਜਲਦੀ ਕਤਾਰ ਵਿੱਚ ਲੱਗ ਜਾਓ।

ਜਦੋਂ ਤੁਸੀ ਆਪਣਾ ਕੰਮ ਕਰ ਲਓ ਤਾਂ ਚੀਜ਼ਾਂ ਨੂੰ ਵਾਪਸ ਰੱਖੋ

ਕਈ ਵਾਰ ਕਲਾਸਰੂਮ ਬਹੁਤ ਗੰਦਾ ਹੁੰਦਾ ਹੈ ਅਤੇ ਸਾਰਿਆਂ ਨੂੰ ਇਸਦੀ ਸਫਾਈ ਕਰਨ ਲਈ ਕਿਹਾ ਜਾਂਦਾ ਹੈ। ਆਪਣੇ ਕਲਾਸਰੂਮ ਵਿੱਚ ਕਿਤਾਬਾਂ, ਬੁਝਾਰਤਾਂ ਅਤੇ ਖਿਡੌਣਿਆਂ ਨਾਲ ਨਰਮੀ ਨਾਲ ਪੇਸ਼ ਆਓ। ਤੁਹਾਡੇ ਅਧਿਆਪਕ ਇਸ ਗੱਲ ਤੋਂ ਖੁਸ਼ ਹੋਣਗੇ ਕਿ ਹਰ ਕੋਈ ਚੀਜ਼ਾਂ ਦਾ ਧਿਆਨ ਰੱਖਦਾ ਹੈ ਅਤੇ ਉਨ੍ਹਾਂ ਨੂੰ ਉਨ੍ਹਾਂ ਦੇ ਸਥਾਨਾਂ ਤੇ ਵਾਪਸ ਰੱਖ ਦਿੰਦਾ ਹੈ।

ਆਪਣੀ ਕੁਰਸੀ ਤੇ ਸੁਰੱਖਿਅਤ ਢੰਗ ਨਾਲ ਬੈਠੋ

ਜੇ ਤੁਸੀਂ ਆਪਣੀ ਕੁਰਸੀ ਤੋਂ ਡਿੱਗਦੇ ਹੋ, ਤਾਂ ਤੁਹਾਨੂੰ ਸੱਟ ਲੱਗ ਸਕਦੀ ਹੈ। ਜਦੋਂ ਤੁਸੀਂ ਆਪਣਾ ਕੰਮ ਪੂਰਾ ਕਰ ਲਓ, ਤਾਂ ਇਸਨੂੰ ਮੇਜ਼ ਤੇ ਵਾਪਸ ਧੱਕੋ ਤਾਂ ਕਿ ਕੋਈ ਵੀ ਇਸ ਤੇ ਨਾ ਡਿੱਗੇ।

ਆਪਣੇ ਪੇਪਰ ਤੇ ਆਪਣਾ ਨਾਮ ਲਿਖੋ

ਤੁਹਾਡਾ ਕੰਮ ਮਹੱਤਵਪੂਰਨ ਹੈ, ਇਸ ਲਈ ਇਹ ਯਕੀਨੀ ਬਣਾਓ ਕਿ ਤੁਸੀਂ ਇਸ ਤੇ ਆਪਣਾ ਨਾਮ ਲਿਖਦੇ ਹੋ। ਸਾਫ਼-ਸੁਥਰੀ ਪ੍ਰਿੰਟ ਕਰਨ ਦੀ ਕੋਸ਼ਿਸ਼ ਕਰੋ। ਜੇ ਇਹ ਪਹਿਲੀ ਵਾਰ ਵਿੱਚ ਔਖਾ ਹੈ, ਤਾਂ ਕੋਈ ਗੱਲ ਨਹੀਂ। ਅਭਿਆਸ ਨਾਲ, ਤੁਹਾਡਾ ਨਾਮ ਪ੍ਰਿੰਟ ਕਰਨਾ ਆਸਾਨ ਹੋ ਜਾਵੇਗਾ।

ਕਲਾ ਮਜ਼ੇਦਾਰ ਅਤੇ ਮੈਲਾ ਕਰਨ ਵਾਲ਼ੀ ਹੁੰਦੀ ਹੈ

ਮਾਰਕਰ ਵਰਤਣ ਵਿੱਚ ਮਜ਼ੇਦਾਰ ਹੁੰਦੇ ਹਨ ਪਰ ਜੇ ਤੁਸੀਂ ਉਨ੍ਹਾਂ ਤੇ ਢੱਕਣ ਨਹੀਂ ਲਗਾਉਂਦੇ ਹੋ, ਤਾਂ ਮਾਰਕਰ ਸੁੱਕ ਜਾਵੇਗਾ। ਤੁਹਾਡਾ ਅਧਿਆਪਕ ਨਹੀਂ ਚਾਹੇਗਾ ਕਿ ਮਾਰਕਰ ਬਰਬਾਦ ਹੋ ਜਾਣ।

ਗਲੂ ਸਟਿਕਸ ਦੇ ਉੱਪਰ ਇੱਕ ਢੱਕਣ ਹੁੰਦਾ ਹੈ ਅਤੇ ਜਦੋਂ ਤੁਸੀਂ ਇਸਨੂੰ ਹੇਠਾਂ ਤੋਂ ਘੁੰਮਾਉਂਦੇ ਹੋ, ਤਾਂ ਗੂੰਦ ਬਾਹਰ ਆ ਜਾਂਦੀ ਹੈ। ਜਦੋਂ ਤੁਹਾਡਾ ਕੰਮ ਖਤਮ ਹੋ ਜਾਵੇ, ਤਾਂ ਇਸ ਤੇ ਢੱਕਣ ਲਗਾਓ ਤਾਂ ਜੋ ਇਹ ਸੁੱਕ ਨਾ ਜਾਵੇ।

ਜੇ ਤੁਸੀਂ ਕੋਈ ਪੇਂਟਿੰਗ ਬਣਾਉਂਦੇ ਹੋ, ਤਾਂ ਇਸ ਨੂੰ ਲੈ ਕੇ ਕਲਾਸਰੂਮ ਵਿੱਚ ਨਾ ਘੁੰਮੋ ਕਿਉਂਕਿ ਪੇਂਟ ਇਸ ਤੋਂ ਟਪਕ ਜਾਵੇਗਾ ਅਤੇ ਹਰ ਪਾਸੇ ਫੈਲ ਜਾਵੇਗਾ।

ਆਪਣੀ ਡਰਾਇੰਗ ਵਿੱਚ ਬਹੁਤ ਸਾਰੇ ਵੱਖ-ਵੱਖ ਰੰਗਾਂ ਦੀ ਵਰਤੋਂ ਕਰਨ ਦੀ ਕੋਸ਼ਿਸ਼ ਕਰੋ।

ਆਪਣੀਆਂ ਸਾਰੇ ਚਿੱਤਰਾਂ ਨੂੰ ਵਧੀਆ ਬਣਾਉਣ ਲਈ ਆਪਣੀ ਪੂਰੀ ਕੋਸ਼ਿਸ਼ ਕਰੋ।

ਮਾਡਲ ਬਣਾਉਣ ਲਈ ਵਰਤੀ ਜਾਣ ਵਾਲੀ ਮੱਿਟੀ ਖਾਣ ਲਈ ਨਹੀ ਹੈ

ਤੁਸੀਂ ਇਹ ਜਾਣ ਕੇ ਹੈਰਾਨ ਹੋਵੋਗੇ ਕਿ ਇਹ ਮਾਡਲ ਬਣਾਉਣ ਵਾਲੀ ਮਿੱਟੀ ਦਾ ਸਵਾਦ ਚੰਗਾ ਹੈ, ਪਰ ਇਹ ਉਸ ਦੇ ਲਈ ਨਹੀਂ ਹੈ। ਜੇ ਇਹ ਫਰਸ਼ ਤੇ ਡਿੱਗਦਾ ਹੈ, ਤਾਂ ਇਸ ਨੂੰ ਚੁੱਕੋ ਤਾਂ ਜੋ ਤੁਸੀਂ ਇਸ ਤੇ ਪੈਰ ਨਾ ਪਾਓ। ਤੁਸੀਂ ਨਹੀਂ ਚਾਹੋਗੇ ਕਿ ਇਹ ਤੁਹਾਡੇ ਬੂਟਾਂ ਦੇ ਤਲ਼ਿਆਂ ਨਾਲ ਚਿਪਕ ਜਾਵੇ।

ਸੁਰੱਖਿਅਤ ਢੰਗ ਨਾਲ ਕਤਾਰ ਬਣਾਓ

ਕਈ ਵਾਰ ਬੱਚੇ ਕਿਤੇ ਜਾਣ ਲਈ ਇੰਨ੍ਹੇ ਉਤਸੁਕ ਹੁੰਦੇ ਹਨ ਕਿ ਉਹ ਪਹਿਲਾਂ ਤੋਂ ਹੀ ਕਤਾਰ ਵਿੱਚ ਲੱਗੇ ਬੱਚਿਆਂ ਦੇ ਅੱਗੇ ਜਾ ਕੇ ਖੜ੍ਹੇ ਹੋ ਜਾਂਦੇ ਹਨ। ਬੱਸ ਕਤਾਰ ਦੇ ਅੰਤ ਵਿੱਚ ਜਾ ਕੇ ਖੜ੍ਹੇ ਹੋਵੋ ਅਤੇ ਕਦੇ ਵੀ ਧੱਕਾ ਨਾ ਦਿਓ, ਨਾ ਹੀ ਹਿੱਲੋ।

ਧਿਆਨ ਨਾਲ ਕੈਂਚੀ ਦੀ ਵਰਤੋਂ ਕਰੋ

ਆਰਾਮ ਨਾਲ ਕੱਟੋ। ਆਪਣੀਆਂ ਬਾਹਾਂ ਨੂੰ ਆਰਾਮ ਦੇਣ ਦੀ ਕੋਸ਼ਿਸ਼ ਕਰੋ। ਇਕ ਹੱਥ ਕਟਿੰਗ ਕਰਦਾ ਹੈ ਅਤੇ ਦੂਜਾ ਕਾਗਜ਼ ਨੂੰ ਮੋੜਦਾ ਹੈ। ਹੌਲੀ ਹੌਲੀ ਅਤੇ ਲਾਈਨ ਤੇ ਕੱਟਣ ਦੀ ਕੋਸ਼ਿਸ਼ ਕਰੋ। ਇਸ ਲਈ ਸਬਰ ਅਤੇ ਬਹੁਤ ਅਭਿਆਸ ਦੀ ਲੋੜ ਹੁੰਦੀ ਹੈ।

- ਕੈਂਚੀ ਨਾਲ ਆਪਣੇ ਵਾਲ ਨਾ ਕੱਟੋ। ਤੁਸੀਂ ਨਾਈ ਜਾਂ ਹੇਅਰ ਡ੍ਰੈਸਰ ਨਹੀਂ ਹੋ।

- ਕੈਂਚੀ ਨਾਲ ਆਪਣੇ ਕੱਪੜੇ ਨਾ ਕੱਟੋ। ਤੁਹਾਡੇ ਅਧਿਆਪਕ ਨੋਟਿਸ ਕਰ ਲੈਣਗੇ।

- ਕਿਸੇ ਉੱਤੇ ਵੀ ਨਾ ਚਲਾਓ। ਕੋਈ ਤੁਹਾਡੇ ਬਾਰੇ ਸ਼ਿਕਾਇਤ ਕਰ ਦੇਵੇਗਾ।

ਡ੍ਰਲਿ ਕਰਦੇ ਸਮੇਂ ਸ਼ਾਂਤ ਰਹੋ

ਡ੍ਰਿਲ ਕੁਝ ਕਰਨ ਦੇ ਤਰੀਕੇ ਦਾ ਅਭਿਆਸ ਕਰਨ ਦਾ ਸਮਾਂ ਹੈ। ਇਹ ਉਲਝਣ ਵਾਲਾ ਜਾਂ ਦਿਲਚਸਪ ਲੱਗ ਸਕਦਾ ਹੈ। ਕਈ ਵਾਰ ਤੁਸੀਂ ਬਾਹਰ ਜਾਂਦੇ ਹੋ ਅਤੇ ਕਈ ਵਾਰ ਤੁਸੀਂ ਅੰਦਰ ਰਹਿੰਦੇ ਹੋ। ਆਪਣੇ ਅਧਿਆਪਕ ਦੀ ਗੱਲ ਸੁਣੋ ਅਤੇ ਸ਼ਾਂਤ ਅਤੇ ਚੁੱਪ ਰਹੋ।

ਅਸੈਂਬਲੀਆਂ ਮਹੱਤਵਪੂਰਨ ਹਨ

ਅਸੈਂਬਲੀ ਉਦੋਂ ਹੁੰਦੀ ਹੈ ਜਦੋਂ ਇੱਕੋ ਸਮੇਂ ਬਹੁਤ ਸਾਰੀਆਂ ਕਲਾਸਾਂ ਜਿੰਮ ਵਿੱਚ ਜਾਂਦੀਆਂ ਹਨ। ਅਸੈਂਬਲੀਆਂ ਮਜ਼ੇਦਾਰ ਅਤੇ ਜ਼ੋਰਦਾਰ ਜਾਂ ਗੰਭੀਰ ਅਤੇ ਸ਼ਾਂਤ ਹੋ ਸਕਦੀਆਂ ਹਨ। ਤੁਹਾਨੂੰ ਸੁਰੱਖਿਅਤ ਢੰਗ ਨਾਲ ਬੈਠਣਾ ਚਾਹੀਦਾ ਹੈ ਤਾਂ ਜੋ ਤੁਹਾਡੇ ਆਲੇ ਦੁਆਲੇ ਦੇ ਦੂਜੇ ਬੱਚੇ ਵੀ ਦੇਖ ਸਕਣ।

ਸਾਡੀਆਂ ਭਾਵਨਾਵਾਂ ਵੱਖਰੀਆਂ ਹੋ ਸਕਦੀਆਂ ਹਨ

ਜਦੋਂ ਤੁਸੀਂ ਸਕੂਲ ਵਿੱਚ ਹੁੰਦੇ ਹੋ ਤਾਂ ਤੁਸੀਂ ਉਦਾਸ, ਖ਼ੁਸ਼, ਉਤੇਜਿਤ ਜਾਂ ਡਰੇ ਹੋਏ ਮਹਿਸੂਸ ਕਰ ਸਕਦੇ ਹੋ। ਇਹ ਜਾਣਨਾ ਚੰਗਾ ਹੁੰਦਾ ਹੈ ਕਿ ਤੁਸੀਂ ਆਪਣੀਆਂ ਭਾਵਨਾਵਾਂ ਬਾਰੇ ਕੀ ਕਰ ਸਕਦੇ ਹੋ। ਜੇ ਤੁਸੀਂ ਆਪਣੇ ਆਪ ਬਿਹਤਰ ਮਹਿਸੂਸ ਨਹੀਂ ਕਰ ਸਕਦੇ ਹੋ, ਤਾਂ ਕਿਸੇ ਦੋਸਤ ਜਾਂ ਅਧਿਆਪਕ ਨਾਲ ਗੱਲ ਕਰੋ।

ਅੰਦਰੂਨੀ ਆਵਾਜ਼. ਦੀ ਵਰਤੋਂ ਕਰੋ

ਹੋ ਸਕਦਾ ਹੈ ਕਿ ਤੁਸੀਂ ਕਿਸੇ ਦਾ ਧਿਆਨ ਖਿੱਚਣ ਲਈ ਚੀਕਣਾ ਚਾਹੋ, ਪਰ ਤੁਹਾਨੂੰ ਆਪਣੀ ਅੰਦਰੂਨੀ ਆਵਾਜ਼ ਦੀ ਵਰਤੋਂ ਕਰਨੀ ਚਾਹੀਦੀ ਹੈ। ਕਲਾਸਰੂਮ ਵਿੱਚ ਅਸਲ ਵਿੱਚ ਖਾਸ ਕਰਕੇ ਖੇਡ ਦੇ ਸਮੇਂ ਦੌਰਾਨ ਰੌਲਾ ਪੈ ਸਕਦਾ ਹੈ।

ਛਿੱਕਣ ਵੇਲੇ ਨੱਕ ਢੱਕ ਕੇ ਰੱਖੋ ਅਤੇ ਟਸ਼ੂ ਪੇਪਰ ਦੀ ਵਰਤੋਂ ਕਰੋ

ਕੋਈ ਵੀ ਖੰਘਣਾ ਜਾਂ ਛਿੱਕਣਾ ਨਹੀਂ ਚਾਹੁੰਦਾ ਕਿਉਂਕਿ ਇਸ ਤਰ੍ਹਾਂ ਕੀਟਾਣੂ ਫੈਲਦੇ ਹਨ। ਤੁਹਾਨੂੰ ਆਪਣੇ ਨੱਕ ਵਿੱਚ ਕੁਝ ਨਜ਼ਰ ਆ ਸਕਦਾ ਹੈ ਅਤੇ ਤੁਸੀਂ ਇਸਨੂੰ ਸਾਫ ਕਰਨਾ ਚਾਹੁੰਦੇ ਹੋ। ਇੱਕ ਟਿਸ਼ੂ ਪੇਪਰ ਲਓ ਅਤੇ ਇਸ ਨਾਲ ਆਪਣਾ ਨੱਕ ਸਾਫ ਕਰੋ। ਕੀਟਾਣੂਆਂ ਨੂੰ ਦੂਰ ਰੱਖਣ ਲਈ ਹਮੇਸ਼ਾ ਸਾਬਣ ਅਤੇ ਪਾਣੀ ਦੀ ਵਰਤੋਂ ਕਰੋ।

ਆਪਣੀ ਚੀਜ਼ ਨੂੰ ਦੂਰ ਰੱਖੋ

ਤੁਹਾਡਾ ਅਧਿਆਪਕ ਤੁਹਾਨੂੰ ਦਿਖਾਏਗਾ ਕਿ ਤੁਹਾਡੀਆਂ ਚੀਜ਼ਾਂ ਕਿੱਥੇ ਰੱਖੀਆਂ ਜਾਣੀਆਂ ਹਨ। ਆਪਣੇ ਬੈਗ ਵਿੱਚ ਦੇਖੋ ਕਿਉਂਕਿ ਤੁਹਾਡੇ ਕੋਲ ਆਪਣੇ ਅਧਿਆਪਕ ਨੂੰ ਦੇਣ ਲਈ ਕੁਝ ਹੋ ਸਕਦਾ ਹੈ।

ਫਲੱਸ਼ ਕਰੋ ਅਤੇ ਆਪਣੇ ਹੱਥ ਧੋਵੋ

ਆਪਣੇ ਆਪ ਨੂੰ ਵਾਸ਼ਰੂਮ ਜਾਣ ਲਈ ਕਾਫ਼ੀ ਸਮਾਂ ਦਿਓ ਜੇ ਤੁਹਾਨੂੰ ਕਤਾਰ ਵਿੱਚ ਲੱਗਣਾ ਪਵੇ। ਨਿੱਜਤਾ ਲਈ ਦਰਵਾਜ਼ਾ ਜ਼ਰੂਰ ਬੰਦ ਕਰੋ। ਜਦੋਂ ਕੋਈ ਟਾਇਲਟ ਦੀ ਵਰਤੋਂ ਕਰ ਰਿਹਾ ਹੋਵੇ ਤਾਂ ਉਸ ਵੱਲ ਨਾ ਦੇਖੋ। ਵਰਤੋਂ ਕਰਨ ਤੋਂ ਬਾਅਦ, ਫਲੱਸ਼ ਕਰੋ ਅਤੇ ਆਪਣੇ ਹੱਥ ਧੋਵੋ।

ਆਪਣੇ ਲੰਚ ਪੈਕ ਕਰਨ ਵਿੱਚ ਮਦਦ ਕਰੋ

ਆਪਣੇ ਖੁਦ ਦੇ ਲੰਚ ਨੂੰ ਪੈਕ ਕਰਨ ਦੀ ਕੋਸ਼ਿਸ਼ ਕਰੋ ਅਤੇ ਇਸ ਵਿੱਚ ਆਪਣਾ ਮਨਪਸੰਦ ਸਿਹਤਮੰਦ ਭੋਜਨ ਰੱਖੋ ਜੋ ਤੁਸੀਂ ਖਾਣਾ ਪਸੰਦ ਕਰਦੇ ਹੋ। ਤੁਹਾਡੀ ਕਲਾਸ ਵਿੱਚ ਤੁਹਾਡਾ ਕੋਈ ਦੋਸਤ ਹੋ ਸਕਦਾ ਹੈ ਜਿਸਨੂੰ ਬਦਾਮ ਵਰਗੇ ਭੋਜਨਾਂ ਤੋਂ ਐਲਰਜੀ ਹੋ, ਇਸਲਈ ਅਜਿਹੇ ਭੋਜਨ ਨਾ ਲਿਆਓ ਜੋ ਕਿਸੇ ਨੂੰ ਵੀ ਬਿਮਾਰ ਕਰ ਸਕਦੇ ਹਨ।

ਮੁੜ ਵਰਤੋਂ, ਰੀਸਾਈਕਲ ਅਤੇ ਖਾਦ

ਕੰਟੇਨਰ ਧਰਤੀ ਲਈ ਚੰਗੇ ਹੁੰਦੇ ਹਨ ਕਿਉਂਕਿ ਅਸੀਂ ਉਨ੍ਹਾਂ ਨੂੰ ਵਾਰ-ਵਾਰ ਵਰਤ ਸਕਦੇ ਹਾਂ। ਜਦੋਂ ਤੁਸੀਂ ਖਾਣਾ ਖਾ ਲੈਂਦੇ ਹੋ ਤਾਂ ਹਰ ਚੀਜ਼ ਨੂੰ ਸਹੀ ਜਗ੍ਹਾ ਤੇ ਰੱਖੋ। ਜਾਣੋ ਕਿ ਕੀ ਰੀਸਾਈਕਲ ਕੀਤਾ ਜਾ ਸਕਦਾ ਹੈ, ਕਿਸ ਦੀ ਖਾਦ ਬਣਾਈ ਜਾ ਸਕਦੀ ਹੈ ਅਤੇ ਕੀ ਸੁੱਟਿਆ ਜਾ ਸਕਦਾ ਹੈ।

ਲਾਇਬ੍ਰੇਰੀ ਦੀਆਂ ਕਤਿਾਬਾਂ ਦਾ ਧਿਆਨ ਰੱਖੋ

ਲਾਇਬ੍ਰੇਰੀ ਕਿਤਾਬਾਂ ਨਾਲ ਭਰਿਆ ਇੱਕ ਕਮਰਾ ਹੁੰਦਾ ਹੈ ਜਿੱਥੋਂ ਬੱਚੇ ਘਰ ਲੈ ਜਾਣ ਲਈ ਕਿਤਾਬਾਂ ਉਧਾਰ ਲੈ ਸਕਦੇ ਹਨ। ਕਿਤਾਬ ਨੂੰ ਸਾਫ-ਸੁਥਰਾ ਅਤੇ ਸੁਰੱਖਿਅਤ ਰੱਖੋ। ਜਦੋਂ ਤੁਸੀਂ ਇਸਨੂੰ ਪੂਰਾ ਪੜ੍ਹ ਲੈਂਦੇ ਹੋ, ਤਾਂ ਨਵੀਂ ਕਿਤਾਬ ਪ੍ਰਾਪਤ ਕਰਨ ਲਈ ਇਸਨੂੰ ਆਪਣੇ ਨਾਲ ਵਾਪਸ ਲਿਆਓ। ਲਾਇਬ੍ਰੇਰੀ ਦੀਆਂ ਕਿਤਾਬਾਂ ਮਹਿੰਗੀਆਂ ਹੁੰਦੀਆਂ ਹਨ, ਇਸ ਲਈ ਉਨ੍ਹਾਂ ਨੂੰ ਗੁਆਉਣ ਜਾਂ ਖਰਾਬ ਨਾ ਕਰਨ ਦੀ ਕੋਸ਼ਿਸ਼ ਕਰੋ।

ਸਬਰ ਰੱਖੋ

ਤੁਸੀਂ ਮਾਯੂਸ ਹੋ ਸਕਦੇ ਹੋ, ਪਰ ਤੁਹਾਡਾ ਅਧਿਆਪਕ ਇਹ ਚਾਹੁੰਦਾ ਹੈ ਕਿ ਤੁਸੀਂ ਆਪਣੀ ਪੂਰੀ ਕੋਸ਼ਿਸ਼ ਕਰੋ। ਮਦਦ ਲਓ ਅਤੇ ਦੁਬਾਰਾ ਕੋਸ਼ਿਸ਼ ਕਰੋ ਅਤੇ ਹਾਰ ਨਾ ਮੰਨੋ। ਇਹ ਕਹਿਣਾ ਠੀਕ ਹੈ, "ਮੈਂ ਇਹ ਅਜੇ ਤੱਕ ਨਹੀਂ ਕਰ ਸਕਦਾ"।

ਬੱਚਿਆਂ ਨੂੰ ਵੱਖੋ ਵੱਖਰੀਆਂ ਚੀਜ਼ਾਂ ਦੀ ਲੋੜ ਹੁੰਦੀ ਹੈ

ਹਰ ਬੱਚਾ ਥੋੜਾ ਵੱਖਰਾ ਹੁੰਦਾ ਹੈ ਅਤੇ ਤੁਹਾਡੇ ਅਧਿਆਪਕ ਵੱਖ-ਵੱਖ ਤਰੀਕਿਆਂ ਨਾਲ ਉਨ੍ਹਾਂ ਦੀ ਮਦਦ ਕਰਨਗੇ। ਤੁਹਾਡੇ ਅਧਿਆਪਕ ਇਹ ਪਤਾ ਲਗਾਉਣਗੇ ਕਿ ਕਿਸ ਨੂੰ ਕਿਸ ਚੀਜ਼ ਦੀ ਲੋੜ ਹੈ ਅਤੇ ਜਿੰਨਾ ਹੋ ਸਕੇ ਉਨ੍ਹਾਂ ਦੀ ਮਦਦ ਕਰਨਗੇ।

ਆਪਣੇ ਪਰਿਵਾਰ ਨੂੰ ਦੱਸੋ ਕਿ ਤੁਸੀ ਕਿੰਡਰਗਾਰਟਨ ਵਿੱਚ ਕੀ ਕੀਤਾ

ਆਪਣੇ ਦਿਨ ਦੇ ਮਜ਼ੇਦਾਰ ਹਿੱਸੇ ਨੂੰ ਯਾਦ ਕਰਨ ਦੀ ਕੋਸ਼ਿਸ਼ ਕਰੋ, ਤੁਸੀਂ ਬਾਹਰ ਕੀ ਕੀਤਾ ਜਾਂ ਤੁਸੀਂ ਸਕੂਲ ਵਿੱਚ ਕੀ ਕੀਤਾ ਸੀ। ਜਦੋਂ ਤੁਸੀਂ ਪਰਿਵਾਰ ਨਾਲ ਨਹੀਂ ਹੁੰਦੇ ਹੋ ਤਾਂ ਉਨ੍ਹਾਂ ਨੂੰ ਯਾਦ ਕਰਨਾ ਆਮ ਗੱਲ ਹੈ। ਅਧਿਆਪਕ ਨੂੰ ਵੀ ਪਰਿਵਾਰ ਦੀ ਯਾਦ ਆਉਂਦੀ ਹੈ।

ਇਨ੍ਹਾਂ ਚੀਜ਼ਾਂ ਨੂੰ ਅਜ਼ਮਾਓ ❤️

ਦੋਸਤਾਨਾ ਅਤੇ ਦਿਆਲੂ ਰਹੋ।

ਜੇ ਤੁਸੀਂ ਉਲਝਣ ਵਿੱਚ ਹੋ ਤਾਂ ਸਵਾਲ ਪੁੱਛੋ।

ਲੋੜ ਪੈਣ ਤੇ ਮਦਦ ਮੰਗੋ।

ਸਬਰ ਰੱਖੋ ਅਤੇ ਆਪਣੀ ਵਾਰੀ ਦਾ ਇੰਤਜ਼ਾਰ ਕਰੋ।

ਉਤਸੁਕ ਬਣੋ। ਸਿੱਖਣ ਲਈ ਬਹੁਤ ਕੁਝ ਹੈ।

ਬਹਾਦਰ ਬਣੋ ਅਤੇ ਨਵੀਆਂ ਚੀਜ਼ਾਂ ਅਜ਼ਮਾਓ।

ਪੂਰੇ ਧਿਆਨ ਨਾਲ ਸੁਣੋ।

ਜੇ ਕਿਸੇ ਦੋਸਤ ਨੂੰ ਮਦਦ ਦੀ ਲੋੜ ਹੈ, ਤਾਂ ਉਸ ਦੀ ਮਦਦ ਕਰਨ ਦੀ ਕੋਸ਼ਿਸ਼ ਕਰੋ।

ਬਿਹਤਰ ਮਹਿਸੂਸ ਕਰਨ ਲਈ ਸਿਰਫ਼ ਡੂੰਘੇ ਸਾਹ ਲਓ।

ਹਮੇਸ਼ਾ ਆਪਣੀ ਪੂਰੀ ਕੋਸ਼ਿਸ਼ ਕਰੋ।

ਕਿੰਡਰਗਾਰਟਨ ਵਿੱਚ ਸਿੱਖਣ ਲਈ ਬਹੁਤ ਕੁਝ ਹੈ। ਜਦੋਂ ਤੁਸੀਂ ਇਹ ਚੀਜ਼ਾਂ ਕਰਦੇ ਹੋ ਤਾਂ ਤੁਸੀਂ ਵਧੇਰੇ ਆਤਮ-ਵਿਸ਼ਵਾਸ ਮਹਿਸੂਸ ਕਰਦੇ ਹੋ। ਜੇ ਤੁਹਾਡੇ ਕੋਈ ਸਵਾਲ ਹਨ, ਤਾਂ ਆਪਣੇ ਅਧਿਆਪਕਾਂ ਨਾਲ ਗੱਲ ਕਰੋ। ਤੁਸੀਂ ਕਿੰਡਰਗਾਰਟਨ ਵਿੱਚ ਸਭ ਤੋਂ ਵਧੀਆ ਬਣਨ ਦੀ ਕੋਸ਼ਿਸ਼ ਕਰੋ। ਕਿੰਡਰਗਾਰਟਨ ਵਿੱਚ ਤੁਸੀਂ ਜਿੰਨੇ ਬਿਹਤਰ ਬਣ ਸਕਦੇ ਹੋ, ਉਨਾ ਬਿਹਤਰ ਬਣਨ ਦੀ ਕੋਸ਼ਿਸ਼ ਕਰੋ।

scissors	pencil	glue

crayons	eraser	markers

happy	mad	sad

hungry	sick	scared

outside	wash hands	snack

toilet	home	work

www.ingramcontent.com/pod-product-compliance
Lightning Source LLC
Chambersburg PA
CBHW042249100526
44587CB00002B/75
* 9 7 8 1 7 3 9 0 5 6 4 2 1 *